தாலிக்கொடி

தன்சாய்

Copyright © Dhansai
All Rights Reserved.

இந்த புத்தகத்தை என்னுடைய தமிழ் ஆசிரியர்களுக்கு, என்தமிழ் சிந்தனையை ஊக்கப்படுத்திய நல் உள்ளங்களுக்கும்

மற்றும் உயிர் கொடுத்த என்னுடைய தாய் தந்தைக்கும், அன்பிற்கினிய உடன்பிறப்புகளுக்கும் மற்றும் நண்பர்களுக்கும்

சமர்ப்பிக்கிறேன்.

-தன்சாய்-

பொருளடக்கம்

அணிந்துரை

சமீபத்தில் எனக்கு மிகவும் பிடித்த வார்த்தை ''முரண்'' எத்தகைய முரண்களும் நம் தனிப்பட்ட வாழ்க்கையை வந்தாலும், நம்முடைய தொழில் சார்ந்த வாழ்க்கையில் வந்தாலும்,

முரண்பாடுகளை கலைந்து தீர்வை நோக்கிய பயணமாகவே நம் வாழ்க்கைப் இருக்கிறது,

ஆனால் தீர்வு எப்போது கிடைக்கும் என்பதை யாராலும் உறுதியாகச் சொல்ல முடியாது, அந்த காலதாமதத்தை கடப்பதும் கொஞ்சம் கடினம் தான்.

எனவேதான் முரண்பாடுகளை நாம் ஏற்றுக்கொள்ள தயங்குகிறோம் அல்லது எனக்கென்ன இதில் பங்கு என்று விலகி நிற்கிறோம், ஆனால் நான் மிகவும் ரசிப்பது வாழ்க்கையில் உள்ள இந்த முரண்பாடுகளைதான், ஏனெனில் அதுதான் ஒவ்வொரு புதிய மனிதர்களை நமக்கு அடையாளப்படுத்தி காட்டுகிறது.

யார் ? எந்த பக்கம் நிற்கிறார்கள் ? சமநிலையில் யார் ? எதிர்புறத்தில் யார் ?

எனவே முரண்களை ஏற்போம், தீர்வை நோக்கி பயணிப்போம்,

எல்லாருக்கும் ! எல்லாவற்றுக்கும் ! இங்கே தீர்வு உண்டு ! என்று நம்புவோம்.

-தன்சாய்-

முன்னுரை

குழந்தை தத்தித் தத்தி தவழ்ந்து, பிறகு மெல்ல எழுந்து, விழுந்து மீண்டும் மெல்ல எழுந்து,

விழுந்து நடை பழகுவது போல, நான் இந்த எழுத்து நடையை பழகிக் கொண்டிருக்கிறேன்.

என் எண்ணங்களை எழுத்துக்களாக மாற்றியிருக்கி-றேன்,

இது என்னுடைய முதல் புத்தகம் மற்றும் முதல் முயற்சி.

-தன்சாய்-

நன்றி

யாருக்கு நன்றி சொல்வது என்று யோசிக்கிறேன் எனக்கு முதலில் ஞாபகத்திற்கு வருபவர் பாவா செல்லத்துரை அவர்கள்.

அவர் கதை சொல்லும் விதத்தை நன்கு ரசித்த பின்புதான் ஏன்? நாமும் ஒரு கதை சொல்ல கூடாது?

என்று தோன்றியது சொல்வதற்கு முன் இதோ உங்கள் முன் எழுத்து வடிவமாக !அடுத்ததாக நான் நன்றி சொல்ல விரும்புவது இந்த சிறிய முயற்சியில் என்னை

முழுவதுமாக மதித்து என் கதையில் உரையாடலில் உள்ள சிறு சிறு குறைகளை நிவர்த்தி செய்து கொடுத்தஅனைத்து நண்பர்களுக்கும் என்னுடைய மனமார்ந்த நன்றி,

சில முயற்சிகள் முடியும் என நினைப்பதும் கூட சிலரைப் பார்த்துதான், அவ்வகையில் எனக்கு பறை இசை பயிற்றுவிக்கும் ஆசான் அவர்களுக்கு நன்றி,

-தன்சாய்-

முகவுரை

இந்த புத்தகத்தில் உள்ள கதையின் கரு என் நண்பனின் வாழ்விலிருந்து எடுக்கப்பட்டது, அவன் என்னிடம் பகிர்ந்து-கொண்ட விஷயங்களை கருப்பொருள் மாறாமலும்

நான் அவனிடம் விவாதித்த சில விஷயங்களையும், சிறுசிறு கற்பனைச் சொற்கள் மூலம் கதையாக மாற்ற முயன்று இருக்கிறேன்.

இந்த புத்தகத்தை படிக்கும் நண்பர்கள் உங்கள் கருத்-துக்களை என்னிடம் பகிர விரும்பினால் மின்னஞ்சலில் தொடர்பு கொள்ளவும்.

நன்றி !

கண்டிப்பாக மீண்டும் சந்திப்போம் எழுத்துக்களின் வழி-யாக....

Email : anandkmech1979 @ gmail.com

தாலிக்கொடி

அதிகாலை குளக்கரையில் பெரியப்பாவும் அம்மாவும் அரை மணி நேரமா ஏதோ பேசிக் கொண்டிருந்தார்கள்,

பெரியப்பாவும் நிதானமாக கேட்டுக்கொண்டிருக்கிறார்; சைகையில் பதில் சொல்வதை பார்க்கும்போதே தெரிகிறது சமாதானப்படுத்துகிறார் என்று.

அய்யரிடம் விவரங்களை கேட்டுவிட்டு, அவர்கள் பேச்சையும் கவனித்துவிட்டு, அம்மாவின் கண்களில் சிந்திய கண்ணீருக்கு காரணத்தை நானே கற்பனையும் செய்துகொண்டு, அவர்களை நோக்கி நடந்தேன்.

நான் அருகில் வருவதை இருவரும் உணர்ந்தாலும் , இருவரும் என்னைப் பார்த்தும் அவர்கள் பேச்சை மாற்ற வில்லை.

அம்மா சொல்லிக் கொண்டும் அழுது கொண்டும் இருக்கிறார், பெரியப்பாவும் ஆறுதல் கூற வார்த்தைகளை தேடுகிறார், கிடைக்காமல் மௌனமாக நிற்கிறார்.

இப்படி செய்வாங்கன்னு நான் கொஞ்சம் கூட நினைக்கவில்லை! அண்ணா !

அவளுக்கு மூணாம் நாள் சாமி கும்பிட வரைக்குமாவது கொஞ்சம் பொறுத்து இருந்திருக்கலாம், ஒவ்வொரு பிரச்சனையா அடிமேல் அடியா எங்க மேல விழுது

எனக்கு எதுவும் புரியாம அவங்க பேசும் வார்த்தைகளைக் கொண்டே !

என்ன நடக்கிறது ? யார் மேல வருத்தம் ? என்று யோசிச்சிட்டு நிற்கிறேன்

திரும்பவும்; என் அம்மா பெரியப்பாவை பார்த்து, என்னால எப்படி அண்ணா தாங்கிக்க முடியும் ?

(அம்மா என்னை பார்த்து) இவனுக்கு எதுவுமே இதுவரைக்கும் தெரியாதுன்னா தெரிஞ்சா உடைஞ்சு போயிடுவான் ...?

நான் உடனே ஏம்மா? என்னாச்சு ? யார் என்ன சொன்னாங்க? எதுவா இருந்தாலும் நாம வீட்டுக்கு போய் பேசிக்கலாம்.

இப்ப நாம அவளுக்கு சாமி கும்பிடணும் வந்திருக்கோம், அந்த ஐயர் கிட்ட நான் ஏற்கனவே எல்லாம் பேசிட்டேன், இன்னும் பத்து நிமிஷத்துல முடிச்சிருவாரு அடுத்ததா நாமதான்.

ஆனா அம்மாவுக்கு திரும்பவும் தாரை தாரையாக கண்ணீர் கொட்டுகிறது, சொற்கள் கோபத்தை துணைக்கு அழைக்கிறது அவள் சொல்ல வந்ததைச் சொல்ல !

பாருடா ! மூணாம் நாள் சாமி கும்பிட தாலியை கேட்டதற்கு தாலிக்கொடியை எடுத்துட்டு தாலியை மட்டும் கொடுத்து அனுப்புறாங்க

யாருமா? உன்னோட மாமனார் வீடுதான்,

அதனால இப்ப என்னம்மா? நான் என் அம்மாவின் பேச்சுக்கு எந்தவித வினைக்கும் ஆட் கொள்ளாமல் மிகச் சாதாரணமாக கேட்டுவிட்டேன்.

அம்மாவும் பெரியப்பாவும் என்னை ஒருகணம் உற்றுப் பார்த்தார்கள்.

மீண்டும் நான்.... அதனால இப்ப என்னம்மா ?

கொடி அவங்க போட்டது, தாலி நம்ம போட்டது அவங்க போட்டதை அவங்க எடுத்துக்கிட்டாங்க.

இப்ப கொடி முக்கியமா ? இல்ல, சாமி கும்பிடுவதற்கு தாலியும் நான் கட்டின மஞ்ச கயிறு முக்கியமா ? கொஞ்சம் யோசிங்க ? என்ன கேட்டீங்கன்னா, தாலியும் மஞ்ச கயிறு போதும்மா.

இப்பதான் என் பெரியப்பாவுக்கு மூச்சே வந்தது, இதா பாரு! தாமரை இதை இவன் ஒரு சீரியஸான விஷயமாக எடுத்துக்கல, இந்த நிதானம்தான் இப்போதைக்கு அவனுக்கும் நல்லது உனக்கும் நல்லது

நீ ரொம்பவும் சங்கட படுற, பரவால விடு! நீ இவ்வளவு சங்கடப்படாதே, எல்லாம் சரியாயிடும் , கொஞ்ச நாளைக்கு இத பத்தி எல்லாம் யாருகிட்டயும் பேசாம இரு.

இப்பதான் அண்ணே எனக்கு இன்னும் வருத்தமா இருக்கு !!!

இப்படி பேசுபவனை கொஞ்சமாவது நினைத்துப் பார்த்தங்களா ?

இவன் பொண்டாட்டி போனதுக்கு நான் கவலைப்படவா?

மூணு மாசம் கைக்குழந்தைக்கு அம்மா இல்ல, அதை நெனச்சு நான் கவலைப்படவா?

இவனோட மதிப்பை குறைவாக எடை போடுறாங்களே அதை நெனச்சு நான் கவலைப்படவா?

தாலிக்கொடிக்காக எதுக்கு அழுவுறம்மா ன்னு எதார்த்தமா கேட்கிறான் அந்த பதிலைக் கேட்டு நான் கண்ணீரோடு பெருமைபடவா?

இப்போ என் பெரியப்பா என் அம்மாவின் கேள்விகளுக்கு பதில் கூற முடியாமல் என்னை பார்த்து, டேய்! எனக்கு உண்மையாலுமே என்ன சொல்றதுன்னு தெரியலடா கண்ணா,

ஆனால் இந்த மாதிரி பிரச்சனைகள் எல்லாம் இனிமேல் நீ நிறைய சந்திக்கப் போற, இப்ப இருக்கற இந்த மனநிலையிலேயே இரு, எல்லாத்தையும் அணுகு.

இதே போல நிதானமாகவே பேசு, கோபம் மட்டும் படாத.

உனக்கு பொண்ணு இருக்கா அந்த குழந்தையை ஒழுங்கா பார்த்துக்கோ அவளுக்காக எல்லாத்தையும் தாங்கிக்கோ.

தூரத்திலிருக்கும் ஐயர் எங்களுக்கு சைகை காட்டிக் கூப்பிட, அம்மா கண்ணை

தொடச்சிட்டு நடக்க ஆரம்பித்தார், நாங்கள் இருவரும் பின் தொடர்ந்தோம்.

நடக்கும் போது என் வருத்தமும் கோபமும் என் அம்மாவின் மீதுதான் அதிகமா இருந்தது

இதப் போயி ஏன் அம்மா இப்ப பேசணும்? இங்க பேசணும் ? அவரின் கூற்று நியாயமாகவே இருந்தாலும் நெஜமாலுமே தாலியுடன் "தாலிக்கொடி இல்லை" என்பதை நானோ ! சாமி கும்பிட வரவங்களோ! கண்டிப்பாக கவனிக்கப் போவதில்லை.

ஏன் ? என் மனைவியின் தாலிக்கு எத்தனையோ முறை முத்தம் கொடுத்திருக்கிறேன், ஆனால் தாலிக்கொடியில் எவ்வளவு தங்கம் இருக்கிறது என்று ஒரு துளி கூட எண்ணியதில்லை, எல்லா நேரங்களிலும் எனக்கு அவளும், அவள் மீதுள்ள காதலும் மட்டுமே என் கண்களுக்கு தெரிந்தது.

ஆனால் அம்மாவின் வருத்தமும் கண்ணீரும் என்மேல் உள்ள பாசத்தையும், ஒரு தனி மனிதன் மேல் உள்ள சுய கௌரவத்தையும் சுட்டிக் காட்டுகிறது.

அந்த இடத்துல நான் என் அம்மாவை கொஞ்சம் மனதிற்குள் திட்டினாலும் அவள் கண்ணீரின் அர்த்தங்கள் ஒரு பேய் போல என்னை அந்த நொடியிலிருந்து ஆட்கொண்டுவிட்டது.

என்னை நானே சமாதானம் செய்து கொண்டேன், அந்த நாழிகையை கடந்து செல்ல விரும்பினேன்.

நான், என் பெண் குழந்தை, என் அம்மா-அப்பா அனைவரும் ஐயர் சொன்ன கிழக்கு திசையை நோக்கி அமர்கிறோம், கூட வந்தவங்க எங்களைச் சுற்றி நிற்கிறார்கள்

வாழ்க்கையில் யாருமே அப்படி ஒரு சூழ்நிலையை சந்திக்கக்கூடாது,

3 மாத குழந்தை தன்னுடைய அம்மாவின் 3ம் நாள் பூஜையில், மொழியும் தெரியாமல் இடமும் தெரியாமல் ஐயரின் மந்திர சத்தம் எங்கள் காதிலும் என் குழந்தையின் காதிலும் விழுகிறது, அந்த நொடியில் அவளின் முகத்தைப் பார்க்கும் பொழுது, என்னால் என் கண்களில் வரும் கண்ணீரை கட்டுப்படுத்த முடியவில்லை, மனம் ஓவென்று கதறிக்கதறி அழுகிறது, ஆனால் இடம் பொருள் ஏவல் என்னை காப்பாற்றுகிறது.

அன்று முதல் இன்று வரை எனக்கும், என் மகளுக்கும் (அவள் உருவமாய் அமைந்த என் மகளுக்கும்)" அவள்தான் குலதெய்வம் என்று நினைத்துக்கொண்டேன்.

காரியங்களை செய்துவிட்டு அனைவரும் அமைதியாக வீடு திரும்பினோம்,

சில நாட்கள் கண்ணீருடன் கழிகின்றன.

அடுத்தநாள் கல்லூரி நண்பர்கள் ராஜனும் வசந்ததும் வீட்டுக்கு வந்திருந்தனர்.

அவர்களுடன் பேசியது கொஞ்சம் மனதிற்கு ஆறுதலாக இருந்தது.

டேய் ராஜா... நாமெல்லாம் கொஞ்சம் படிச்சுட்டதால எப்போதுமே அறிவியலை மட்டுமே ஏற்றுக் கொள்வோம்,

என்னனு தெரியல! நேற்று இரவு வினோதமான எண்ணம் எனக்கு....

இந்த பேய், பிசாசு, ஆவி இவைகளெல்லாம் நெஜமாலுமே இருக்கக் கூடாதா?, அப்படியாவது என் மனைவியை திரும்ப பார்க்க முடியுமே? என்கிறேன் நான்.

அவர்களிடம் ஒரு சின்ன சிரிப்பு, நான் என் பேச்சை தொடர்ந்தேன்

இருப்பதிலேயே ஆக பெரிய ஆயுதம் "நினைவலைகள்" மட்டுமே, ஏனெனில் அவைகள்தான் நம்மை ஊனப்படுத்துவதற்கும், ஊக்கப்படுத்துவதற்கும் முயற்சி செய்து கொண்டே இருக்கிறது.

நேற்றைய இரவில் தான் எனக்கு புரிந்தது "சில கோபங்களும் சில வருத்தங்களும்" தீர்க்கப்படுவதில்லை மாறாக மற்றவர்களுக்குள் கடத்தப்படுகிறது என்று.

இந்த 29வது வயதில் தான் என் கௌரவத்தை பற்றி முதல் முறையாக யோசிக்க ஆரம்பித்தேன்,

ஏன்டா ? என்னடா ஆச்சு ?

என்னதான் மற்றவர்கள் நமக்கு செய்த விஷயங்களை திரும்பத் திரும்ப யோசித்தாலும், என்னை சாந்தப் படுத்துவது என்னவோ அவளின் பிரிவின் வலி மட்டும்தான்டா

பல வலிகளை அந்த ஒரு வலியின் மூலம் என்னுள்ளே புதைத்துக் கொள்ள பழக ஆரம்பிச்சுட்டேன்டா.

நான் பேசுவது புரியாமல், திரும்பவும் ராஜன் என்னை பார்த்து
கேட்கிறான்

ஏன்டா ? என்னடா ஆச்சு ?

நான் நேற்று நடந்தது விஷயங்களை சுருக்கமாக சொல்ல
வார்த்தைகளைத் தேர்ந்தெடுத்து பேசுகிறேன்,

எனக்குள்ளேயே ஒரு சின்ன குழப்பம் எப்படி இந்த மாதிரி
விஷயத்தை சொல்லறது, சொல்லி புரிய வைக்கிறது.

நடந்ததை நடந்ததாகவேசொல்வது எளிதான காரியம், ஆனால் நடந்த
விஷயத்திற்குள் இதையெல்லாம் அவங்க யோசித்திருக்கலாம் என்று
எதிர்பார்த்து சொல்வது ரொம்பவே கஷ்டம்தான்.

அட! போடா! அவ போனது விடவா? நமக்கு இப்போ இன்னொரு
கஷ்டம்! வரப்போகுது, எனக்குள் நானே பேசிக்கொள்கிறேன்.

நிதானத்தை மட்டும் இழக்காதே! என்று பெரியப்பா அவர்கள்
சொன்னது "திரும்பத்திரும்ப" என் மனதிற்குள் வந்து வந்து போகுது.

எப்படியோ சொல்லவந்ததை அவர்களிடம் கொட்டி விட்டேன்
இப்போது மனம் கொஞ்சம் இறுக்கம் தளர்ந்தது.

அவர்களுக்கும் என்ன ஆறுதல் வார்த்தைகளை கூற வேண்டும்
என்று தெரியாமல் மௌனமாகவே என்னை பார்த்தனர்.

அன்றைய நிலையில் எனக்கு தேவை என்னிடம் உள்ளவற்றை
கொட்டித் தீர்க்க ஒரு மனது, அன்று அது இரண்டாக கிடைத்தது.

மனதிற்குள் அவர்களுக்கு நன்றி சொல்லிக் கொண்டு, அவர்களின்
நேரத்தை கருத்தில் கொண்டு என் பேச்ச அத்தோடு முடித்து
கொண்டேன்.

அடுத்த நாளே தொலைபேசியில் வசந்த் கூப்பிட்டு பேசினான்,

சில ஆறுதல் வார்த்தைகளை கூறினான், டேய் நீ உன்ன நீயே ஆறுதல் படுத்திக்க! வேற வழி இல்ல

அப்புறமா! எதுக்கும் நீ அவங்க பக்கம் இருந்து இது கொஞ்சம் யோசிச்சு பாரு

அவங்க என்ன வேணாலும் நினைத்திருக்கலாம், அது தப்பா கூட இருந்திருக்கலாம், ஆனா என்ன கேட்டினா

நீ எந்த அளவுக்கு உன்னுடைய பெண் குழந்தையை வளர்த்தி காண்பிக்கிறயோ அது ஒன்னு தான் நீ அவர்களுக்கு கொடுக்க வேண்டிய பொறுப்பான பதில்.

இன்னும் சில நாட்கள் கழித்து என் மாமனார் வீட்டாரின் செயலை யோசித்தபோது, அவர்கள் செய்த செயலில் கண்ணியம் இல்லாமல் இருக்கலாம்; ஆனால் காரியம் இல்லாமல் இல்லை,

காரியம் 1 :

அவர்கள், அவ்வளவு சீக்கிரமாக என் மறுமணத்தை பற்றி யோசித்து விட்டாங்களா?

காரியம் 2 :

இல்லை நோயினால் பாதிக்கப்பட்ட என் மனைவியின் வைத்திய செலவுக்கு அன்றைய கடனாளியாக இருந்த நான் , அதை தீர்ப்பதற்காக கொடியை விற்று விடுவானோ ? என்று எண்ணி விட்டாங்களா?

காரியம் 3 :

இல்லை பேத்திக்கு வரும் காலத்தில் செய்யவேண்டிய செய்முறைகளை கருத்தில் கொண்டு அன்றைய சேமிப்பாக அதை அவர் எடுத்து வைத்துக் கொண்டாங்களா?

காரியம் 4 :

இல்லை தன் மகளின் இறப்பில் நோயின் பங்கை விட, என்னுடைய பங்கு அதிகம் என்று நினைத்து விட்டாங்களா?,

மேலே உள்ள காரியங்களை யோசித்தபோது வசந்த் சொன்னதில் உண்மையும் இருக்கவே செய்கிறது அதை என்னால் புரிந்து கொள்ள முடிந்தது.

மனம் ஒரு குரங்குதானே! எல்லாவற்றையும் யோசிக்கும் எல்லாவற்றையும் கேள்வி கேட்கும்.

பாசம் நம் கண்ணை மறைக்கும் போது தெளிவு பிறப்பது கொஞ்சம் கடினம்தான்.

இங்கே சந்தேகப்படுவதற்கு அனைவருக்கும் உரிமை உண்டு, அதேபோல் அதை தெளிவு ஆக்கிக் கொள்ள அவர்களுக்கு கடமையும் உண்டு.

நிறைய நேரங்களில் உரிமை மட்டுமே நம்பி உறவுகளை வெறுக்கிறோம் அதிலுள்ள கடமையை மறந்துவிடுகிறோம்.

இங்கே கடமை என்பது நாம் தெரிந்துகொள்ள வேண்டிய நியாயம் /உண்மை.

உண்மை எப்போதுமே யாரை சார்ந்தும் இருக்காது, எனவேதான் அதை அணுகத்தயங்கி, அது தன்னைச் சார்ந்து மட்டுமே இருக்கட்டும் என்று விட்டு விடுகிறோம் (எப்படி தன் சாதிக்காரன் எப்பவும் முக்கியம் என்று எண்ணுகிறோமோ அதேபோல,).

இந்த மனித இனத்திற்கு தான் இப்படி ஒரு வினோத வாழ்க்கை முறை.

பிறக்கும் போது இருக்கும் அறியாமையும், இயல்பும்,

உண்மையான சிரிப்பும், அழுகையும்,

எதார்த்தமான உணர்ச்சிகளும்

வயது ஏற ஏற , மூளை முதிர்ச்சி பெற பெற

இளமை முதுமையாக மாற மாற

எல்லாவற்றிலும் நச்சுத்தன்மையை ஏற்றுக் கொள்கிறோம்.

இங்கே நான் ஆணித்தரமாக சொல்லுவேன், நமக்கு வரும் நோய் நம்மிடமுள்ள நச்சின் அளவைப் பொருத்ததே !

உதாரணத்திற்கு ரத்த அழுத்தமும் சர்க்கரை நோயும் குழந்தைகளுக்கு பொதுவாகவே இல்லையே ! ?

நம் வாழ்வில் மெச்சூரிட்டி அல்லது பக்குவம் என்பது குழந்தையைப் போல் நஞ்சில்லாத மனமும், அதன்மூலம் கிடைக்கும் நல்ல செயலுமாகும் என்றும் இருக்கட்டும்.

முடிவு நன்றி !